അലിഞ്ഞലിഞ്ഞ്

alinjalinju
poems
•
k sajeev kumar
•
first edition
december 2019
•
published
chintha publishers, thiruvananthapuram
•
typesetting
star communications, thiruvananthapuram
•
cover
vinod mangoes

Distribution

DESHABHIMANI BOOK HOUSE
H O Thiruvananthapuram 695035
phone: 0471-2303026, 6063026
Email: chinthapublishers@gmail.com
Website: www.chinthapublishers.com

Branch

Head Office Kunnukuzhi • Statue Thiruvananthapuram • KSRTC Bus Station Alappuzha • KSRTC Bus Station Ernakulam • Machingal Lane Thrissur • IG Road Kozhikode • Mavoor Road Kozhikode • NGO Union Building Kannur • Central Bus Terminal Complex Thavakkara Kannur

---

CO - 2890 / 5174
ISBN - 978-93-89410-48-8

അലിഞ്ഞലിഞ്ഞ്

(കവിതകൾ)

കെ സജീവ് കുമാർ

ചിന്ത പബ്ലിഷേഴ്സ്
തിരുവനന്തപുരം-695 035

കെ സജീവ് കുമാർ

1970 മേയ് 14 ന് ജനിച്ചു. കൊല്ലം ജില്ലയിൽ ആയൂരിനടുത്തുള്ള ചെറുവക്കൽ സ്വദേശം. അച്ഛൻ: പി കൃഷ്ണപിള്ള. അമ്മ: ബി ഗോമതി അമ്മ. കേരള ഗവൺമെന്റ് സെക്രട്ടേറിയറ്റിൽ ജോലി ചെയ്യുന്നു.

2015 ൽ കേന്ദ്രസാഹിത്യ അക്കാദമിയും ആശാൻ സ്മാരക സമിതിയും ചേർന്ന് ചെന്നൈയിൽ വച്ചുനടത്തിയ ദക്ഷിണേന്ത്യൻ കാവ്യോത്സവത്തിൽ മലയാള കവിതയെ പ്രതിനിധീകരിച്ചു. കാലിക്കറ്റ് സർവ്വകലാശാലയുടെ ബിരുദാനന്തര പാഠ്യപദ്ധതിയിൽ കവിത ഉൾപ്പെട്ടിട്ടുണ്ട്. കവിതയ്ക്കുള്ള അറ്റ്ലസ്-കൈരളി പുരസ്കാരം, ശഹാന പുരസ്കാരം എന്നിവ ലഭിച്ചിട്ടുണ്ട്.

കൃതികൾ: *ഭൂമി ഒരു ചിത്രപുസ്തകം, എക്സൈൽ*

ഭാര്യ : മായ

മക്കൾ : അഭയ്, അക്ഷയ്

വിലാസം : ഗസൽ, ചെറുവക്കൽ പി ഒ
ആയൂർവഴി, കൊല്ലം ജില്ല
പിൻ - 691533

ഫോൺ : 9447011506

E-mail : sajeevkumarpoet@gmail.com
sajeevgazal@gmail.com

ഉള്ളടക്കം

പ്രസാധകക്കുറിപ്പ്

കെ സജീവ്കുമാർ രചിച്ച 45 കവിതകളുടെ സമാഹാരമാണ് *അലിഞ്ഞലിഞ്ഞ്.* ഒപ്പമുള്ള പ്രണയിനിയുമായി ഹൃദയം പങ്കുവയ്ക്കുന്ന 45 പ്രണയരാവുകളുടെ സമ്മോഹന സന്ദർഭങ്ങളാണ് ഈ കവിതകളിൽ ഇതൾ വിരിയുന്നത്. സമകാലിക കവികളിൽ വേറിട്ടതാണ് കെ സജീവ്കുമാറിന്റെ ശബ്ദം. വരാനിരിക്കുന്ന ചരിത്രയുഗത്തിൽ ഈ ശബ്ദം മുഖരിതമാകട്ടെ എന്നു നമുക്ക് ആശിക്കാം.

ചിന്ത പബ്ലിഷേഴ്സ്

അലിഞ്ഞലിഞ്ഞ് നിലാവായിത്തീരുന്ന കവിതകൾ

ഡോ. കെ ബി ശെൽവമണി

പ്രണയമെന്ന
വാക്കുച്ചരിച്ചതിനാണ്
നമ്മൾ
സ്വർഗ്ഗത്തിൽനിന്നും
പുറത്തായത്!

കെ സജീവ് കുമാർ

കവിതയുടെ വഴികളിൽ തെളിഞ്ഞും തെളിയാതെയും വരുന്ന ചില കാര്യങ്ങളുണ്ട്. തെളിയാത്ത വഴികളിലൂടെയുള്ള യാത്രകൾ അത്ര രസകരമല്ല. പുതുകവിതകളിൽ അങ്ങനെയും ഒരു ലോകമുണ്ട്. സൂക്ഷ്മതലത്തിലൂടെയുള്ള വായനയിൽ അത് തെളിഞ്ഞുവരും. എന്നാൽ ചില കവിതകൾ പൊടുന്നനെ പിടിച്ചെടുക്കാൻ കഴിയുന്ന വിധത്തിലാണ് രൂപം കൊള്ളുന്നത്. ഭാഷയിലും പ്രമേയത്തിലും ഇത് പ്രകടമാണ്. എന്നാൽ മുൻപ് പറഞ്ഞതുപോലെ ചില കവിതകൾ എളുപ്പത്തിൽ കാര്യങ്ങളെ ബോധിപ്പിക്കുന്നില്ല. ജലത്തിൽ മത്സ്യമെന്നപോലെ അതിന്റെ ഉള്ളടക്കം തെന്നിപ്പോകുന്നു. കാര്യങ്ങളെല്ലാം വിചാരിക്കുന്നതുപോലെ എളുപ്പമല്ലെന്ന് ആ കവിതകൾ പറയുന്നുണ്ട്. പുതുകവിതയിലെ പ്രമേയങ്ങൾക്കൊപ്പം സഞ്ചരിച്ചുകൊണ്ട് വളർന്നുപന്തലിക്കുന്ന ചില കവികളുണ്ട്. പ്രതിരോധമെന്നോ പോരാട്ടമെന്നോ അതികാല്പനികമെന്നോ വിശേഷിപ്പിക്കാൻ കഴിയാത്തവിധമാണ് ഇവരുടെ കവിതകൾ വളരുന്നത്. ഇവരിൽ ഒരാളാണ് കെ സജീവ്കുമാർ. പ്രമേയതലത്തിൽ നിരന്തരപരീക്ഷണങ്ങൾ നടത്തിക്കൊണ്ട്, ആഖ്യാനരീതികളിൽ വൈവിദ്ധ്യങ്ങൾ സൃഷ്ടിച്ചുകൊണ്ട് കവിതയിൽ സജീവമായി കെ സജീവ്കുമാർ നില്ക്കുകയാണ്. അയ്യപ്പപ്പണിക്കരുടെ കവിതകൾ നിത്യവും വായിക്കുന്ന, കുടി

യൊഴിക്കൽ ഏറെ ഇഷ്ടപ്പെടുന്ന ഈ കവി മാർത്താണ്ഡവർമ്മ എങ്ങനെ രക്ഷപ്പെട്ടു എന്ന കവിതയിലൂടെയാണ് ശ്രദ്ധേയനായത്. ആനുകാലികങ്ങളിൽ സജീവമായ സജീവ്കുമാറിന് കവിത അടഞ്ഞവാതിലുകൾ തുറക്കാനുള്ള ആശയലോകമാണ്. പരമ്പരാഗത കീഴ്വഴക്കങ്ങളെ തെറ്റിച്ചുകൊണ്ടാണ് അദ്ദേഹം വായനക്കാരന്റെ ഉള്ളിലേക്ക് വാതിലുകൾ തുറക്കുന്നത്. ആകാശവും നക്ഷത്രവും ആർദ്രതയും നൊമ്പരവും സജീവ്കുമാറിന്റെ കവിതകളിൽ നിറഞ്ഞു കവിയുന്നു. നാല്പത്തഞ്ച് പ്രണയകവിതകളുടെ കൂട്ടമായ *അലിഞ്ഞലിഞ്ഞ്* ഇതിന് ഉദാഹരണമാണ്.

രാജാവിന്റെയും രാജ്ഞിയുടെയും പ്രണയകഥകൾ തീരുന്നില്ല. അവ വേഷം മാറി പച്ചമനുഷ്യരുടെ ഇടയിൽ ജീവിക്കുന്നു. നന്മനിറഞ്ഞ മനസ്സിൽനിന്നുമാണ് പ്രണയരീതികൾ വരുന്നത്. ഭൂമിയിലുള്ളതെല്ലാം പൂക്കുന്നത് പ്രണയംമൂലമാണെന്ന് പറഞ്ഞാൽ നിഷേധിക്കാൻ കഴിയുമോ. പച്ചിലകളും മഞ്ഞയിലകളും പ്രണയിച്ച് രമിക്കുന്നു. കാടുകളും നദികളും പ്രണയിക്കുന്നു. കരയും കടലും പ്രണയിക്കുന്നു. നക്ഷത്രവും ആകാശവും പ്രണയിക്കുന്നു. ഒരുപക്ഷേ, ജീവനും മരണവും പ്രണയിക്കുന്നുണ്ടാകാം. പ്രണയത്തിന് അതിരുകളോ നിയമങ്ങളോ ഇല്ല. ഒരു ചെറിയ വിരലനക്കത്തിൽപ്പോലും പ്രണയം വിരിയും. കാറ്റിലുലയുന്ന ചെറിയ മരച്ചില്ലകളിൽപ്പോലും പ്രണയം പടരുന്ന നിമിഷങ്ങൾ ഉണ്ടാകും. പ്രണയവഴികൾതേടി മലയാളകാവ്യലോകം നിരന്തരം സഞ്ചരിക്കുകയാണ്. പകലെന്നോ രാത്രിയെന്നോ ഇല്ലാതെ അവ പ്രണയത്തെ തേടുന്നു. അതുകൊണ്ടാണ് സജീവ് പ്രണയത്തിന്റെ കണ്ണിലെഴുതിയ സന്ധ്യകളെ തേടുന്നത്. ഈ കവിയുടെ ഹൃദയത്തിൽ പ്രണയം മഴവില്ലുകളായി, നിലാവിന്റെ തുണ്ടുകളായി, നക്ഷത്രങ്ങളുടെ നീലക്കണ്ണുകളായി വിരിയുകയാണ്.

ഇഷ്ടമാണെന്ന്
ഓട്ടോഗ്രാഫിൽ
കുറിച്ചിട്ടപ്പോൾ
പൂത്തത്
മഴവില്ലുകളാണ്.
ഇളംകാറ്റിൽ
പാറിവീണത്
നിലാവിന്റെ തുണ്ടുകളാണ്.
ഒളിഞ്ഞുനോക്കിയത്
നക്ഷത്രങ്ങളുടെ
നീലക്കണ്ണുകളാണ്.
ഒറ്റയ്ക്ക്
പുഴനീന്തിക്കടന്നത്
കണ്ണെഴുതിയ സന്ധ്യകളാണ്.

മഴവില്ലുപോലെ നിറയുന്ന പ്രണയത്തിന്റെ മാസ്മരികലോകത്തിലേക്കാണ് കവിത പോകുന്നത്. പൂർണ്ണമാകാതെ, വഴിയിലുപേക്ഷിക്കുന്ന പ്രണയത്തിന്റെ ചോര പടർന്ന കുപ്പിവളത്തുണ്ടുകളെക്കുറിച്ച് പറഞ്ഞുകൊണ്ടാണ് കവിത അവസാനിക്കുന്നത്. പ്രണയഹൃദയത്തെ തുറന്നവതരിപ്പിച്ച കവിതയ്ക്ക് സജീവ് നല്കിയ പേര് അപൂർവ്വതയുളവാക്കുന്നതാണ്. ചോര എന്നാണ് കവിതയുടെ പേര്. ഈ കവിതയുടെ തുടർച്ച പോലെയാണ് 'ഓട്ടോഗ്രാഫ്' വരുന്നത്. അതുകൊണ്ടാണ് കവി ഇങ്ങനെ എഴുതുന്നത്.

എന്റെ ഓട്ടോഗ്രാഫിൽ
നീ
അന്നുകുറിച്ചിട്ട
വാക്കുകൾക്ക്
ഇപ്പോഴും
ജീവൻ തുടിക്കുന്നുണ്ട്.
ഓരോ വാക്കിലും
നിന്റെ ഹൃദയമിടിപ്പ്
എനിക്ക്
കേൾക്കാനാകുന്നുണ്ട്.

പ്രണയത്തിന് അവസാനമില്ല. ഹൃദയമിടിപ്പു നിലയ്ക്കുംവരെ അതു തുടരും. പ്രണയത്തിനായി കോറിയിട്ട വാക്കുകളിൽപ്പോലും ഹൃദയമിടിപ്പാണെന്നാണ് കവി പറയുന്നത്. ഇതിലെ ഓരോ വരിയിലും പ്രണയം പൂക്കൾ പോലെ വിരിയുകയാണ്. അതിലെ ഓരോ ഇതളിലും ഹൃദയരക്തവും മഴവില്ലും നിറഞ്ഞുകിടക്കുന്നു. ആർദ്രമായ ഹൃദയഐക്യത്തിന്റെ രൂപപ്പെടലിലേക്കാണ് സജീവ്കുമാർ കവിതയെ ഒരുക്കിയെടുക്കുന്നത്. വിദ്വേഷത്തിനുപകരം ആനന്ദത്തിന്റെ കുറിപ്പുകളാണ് കവി എഴുതിവയ്ക്കുന്നത്.

പ്രണയം വിശുദ്ധിയിലേക്കുള്ള യാത്രയാണെന്ന് സെൻബുദ്ധിസം പറയുന്നുണ്ട്. പ്രണയ നിമിഷങ്ങൾ മനസ്സിനെ പുതുക്കിപ്പണിയാനുള്ള ഇടംകൂടിയാണ്. പ്രകൃതിയോടുള്ള മനുഷ്യന്റെ അടുപ്പം വിശുദ്ധിയിലേക്കുള്ളതാണ്. പ്രഭാതവും സായാഹ്നവും കാഴ്ചകൾക്കുള്ള വിരുന്നാണല്ലോ. പ്രഭാതം മനസ്സിനു നല്കുന്ന ആനന്ദവും സൗന്ദര്യവും നമ്മിലുണർത്തുന്ന വികാരം പറഞ്ഞറിയിക്കാൻ പറ്റില്ല. അതിലെ ഓരോ രശ്മിയും നമ്മെ പുതിയ കാലത്തിലേക്ക് നവീകരിക്കുന്നു. സായാഹ്ന കാഴ്ചയും പുതിയ പ്രഭാതത്തിലേക്കാണ് നമ്മെ ഉണർത്തുന്നത്. നിഷ്കാസനം എന്ന കവിതയിൽ ഇത് വരുന്നുണ്ട്.

നിന്റെ
പ്രണയം
ഓരോ നിമിഷവും
എന്നെ

പുതുക്കിപ്പണിയുന്നു

വാക്കും മനസ്സും അലിഞ്ഞൊന്നാകുന്ന ഹൃദയവിശുദ്ധിയിലേക്കാണ് പ്രണയം നമ്മെ വിളിച്ചുണർത്തുന്നത്.

'പെസഹ' എന്ന കവിതയിൽ ഒറ്റുകൊടുക്കുന്ന പ്രണയത്തെക്കുറിച്ചുള്ള വിചാരമുണ്ട്. മുകളിലേക്ക് മാത്രമല്ല താഴ്ചകളിലേക്കും പ്രണയം സഞ്ചരിക്കുന്നു. രണ്ടുപേർ തമ്മിലുള്ള ഉടമ്പടിയിൽ ആരാണ് ഒറ്റുന്നതെന്ന വിചാരവും കവി പങ്കുവയ്ക്കുന്നു. ഒറ്റിന്റെ ചരിത്രത്തെ പെസഹ എന്ന വാക്കിലൂടെ വായിച്ചെടുക്കാനും കഴിയുന്നു. ഹൃദയത്തോടൊപ്പം ചേർത്തുനിർത്തിയവനാണ് ചുംബനങ്ങളാൽ ഒറ്റുകൊടുത്ത് വേട്ടയാടാനായി വിട്ടുകൊടുത്തത്. അയാൾ 'പെസഹ' എന്ന കവിതയിൽ മറഞ്ഞിരിപ്പുണ്ട്. ഒപ്പം ചേർന്നുനിന്നവൻ നല്കിയ ചൂടുള്ള ചുംബനം ഓരോ കാലത്തും വ്യത്യസ്ത അനുഭവങ്ങളായി വരുന്നുണ്ട്. ചരിത്രത്തിൽ അടയാളപ്പെടുത്തിയ വലിയ വേദനയാണ് പെസഹ. ഒറ്റിനുമുൻപുള്ള ആഘോഷയാത്രയാണിത്. കവിതയിൽ ഇതൊക്കെ ഓർമ്മിച്ചെടുക്കാൻ കഴിയുന്നുണ്ട്.

പ്രണയവും
ലഹരിയും
ഇടകലർന്ന
ഈ പെസഹരാത്രിയിൽ
ആര്
ആരെയാണ്
ഒറ്റുകൊടുക്കുന്നത്?
ഞാൻ
നിന്നെയോ
നീ
എന്നെയോ?

'പറുദീസാനഷ്ടം' എന്ന കവിതയിൽ ഇതിന്റെ ഫലത്തെക്കുറിച്ചുള്ള സൂചനയുണ്ട്. ആർക്കാണ് പറുദീസ നഷ്ടമായതെന്ന് ഈ കവിതയിൽ ചോദിക്കുന്നുണ്ട്. ഭൂമിക്ക് പുറത്തുള്ള സങ്കല്പത്തിലേക്കാണ് കവി പോകുന്നത്. എന്നെ നഷ്ടപ്പെട്ട നിനക്കോ? നിന്നെ നഷ്ടപ്പെട്ട എനിക്കോ? എന്ന ചോദ്യത്തിൽ പ്രണയത്താൽ ലഭിച്ച എല്ലാ വേദനയും അടങ്ങിയിട്ടുണ്ട്.

പ്രണയം ഒരു സഞ്ചാരിയെപ്പോലെയാണ്. വഴിതെറ്റിയും തെറ്റാതെയും അത് സഞ്ചരിക്കുന്നു. എവിടേക്കാണെന്ന് അറിഞ്ഞും അറിയാതെയും പ്രണയം യാത്ര ചെയ്യുകയാണ്. പക്ഷേ, അപ്പോഴും അരുവികളും പൂമരങ്ങളുമുള്ള താഴ്‌വര അതിനുള്ളിൽ കുടുങ്ങിക്കിടപ്പുണ്ട്. സഞ്ചാരി വഴിതെറ്റുമ്പോഴും ഉള്ളിലൊരു വഴി തെളിഞ്ഞുവരുമെന്നു പറയുമ്പോലെ പ്രണയം എത്തിച്ചേരേണ്ട ഇടങ്ങളിൽ എത്തുമെന്ന കാര്യത്തിൽ ആർക്കും തർക്കമില്ല. 'വഴിതെറ്റിയലയുന്ന സഞ്ചാരിയാണു ഞാൻ' എന്നു പറഞ്ഞാരംഭിക്കുന്ന കവിത അവസാനിക്കുമ്പോൾ ലഭിക്കുന്ന

ആശയം ആശാവഹമാണ്.

പ്രിയപ്പെട്ടവളേ
ഞാൻ നിന്റെ നഗരത്തിൽ
എത്തപ്പെട്ടിരിക്കുന്നു.
നീ എനിക്കു നല്കിയ
അടയാളവാക്യങ്ങൾ
ഒന്നൊന്നായി
തെളിഞ്ഞുവരുന്നു

മറഞ്ഞു നിന്നതൊക്കെ പ്രണയത്താൽ തെളിയുമെന്നത് സത്യമാണ്. മറവി മൂടിയതൊക്കെ പ്രണയത്തിൽ കേട്ടുതുടങ്ങും. കാഴ്ചയിൽ മറഞ്ഞതൊക്കെ പ്രണയത്തിൽ ജ്വലിക്കും. ഓരോ പ്രണയത്തിലും ഇങ്ങനെയൊരവസ്ഥയുണ്ട്. അവർക്കായി നിശ്ചിത സമയത്ത് അടയാളവാക്യങ്ങൾ തെളിഞ്ഞുവരും.

ഈ സമാഹാരത്തിലെ മനോഹരമായ കവിതകളിലൊന്നാണ് പൂവുകൾ. ഓരോ ചിരിയുടെ ഉള്ളിലും ഒരു ഗദ്ഗദമുണ്ടെന്ന പഴയ വിചാരത്തിലേക്കാണ് കവിത രൂപംകൊള്ളുന്നത്. പക്ഷേ, ആ ആശയത്തെ ഒരു ചെറുകവിതയിലൂടെ അവതരിപ്പിക്കാൻ കവിക്ക് കഴിയുന്നു.

ഒരുകൂട നിറയെ
പൂവുകൾ
അതിൽ ഒരു വസന്തവും
ഗ്രീഷ്മവും
ശൈത്യവും
മഴയും
മഞ്ഞുമുണ്ട്.
മണ്ണിന്റെ
എരിച്ചിലും
വേരുകളുടെ
ഗദ്ഗദവുമുണ്ട്

പൂവിൽ മണ്ണിന്റെ എരിച്ചിലും വേരുകളുടെ ഗദ്ഗദവുമുണ്ടെങ്കിലും അവ കുഞ്ഞുങ്ങളെ നോക്കി ചിരിച്ചുവെന്ന് കവി തുടർന്നെഴുതുന്നുണ്ട്. ജീവിതത്തിന്റെ മുകളിൽ പ്രതീക്ഷയെ പ്രതിഷ്ഠിക്കുകയാണ് കവി.

കാവ്യവഴിയിലെ പതിവ് ശീലങ്ങളിൽനിന്നും തെന്നിപ്പോകുന്ന കവിതയാണ് ഉറക്കം. നീ ഉറങ്ങുമ്പോൾ ഞാൻ ഉണർന്നിരിക്കാമെന്നും ഞാൻ ഉറങ്ങുമ്പോൾ നീ ഉണർന്നിരിക്കണമെന്നുമുള്ള പതിവ് പല്ലവികൾ ഈ കവിതയിൽ തെറ്റിപ്പോകുന്നു കവി പുതിയൊരു ദർശനത്തിലേക്ക് കടക്കുകയാണ്.

നീ ഉറങ്ങുമ്പോഴും
ഞാൻ
ഉണർന്നിരിക്കുന്നു

നീ
ഉണർന്നിരിക്കുമ്പോഴും
ഞാൻ
ഉണർന്നിരിക്കുന്നു.

ഉണർന്നിരിക്കാനാണ് ജീവിതം നമ്മെ പഠിപ്പിക്കുന്നത്. ഒരാൾക്ക് മറ്റൊരാൾ കാവലാളാകുക എന്നതിന്റെ അപ്പുറത്തേക്കാണ് കാര്യങ്ങൾ പോകുന്നത്. പരസ്പരം ഉണർന്നിരിക്കേണ്ട അവസ്ഥയിലേക്കാണ് കാര്യങ്ങൾ എത്തുന്നത്. ഉൾക്കണ്ണ് തുറക്കുക എന്നതിൽനിന്നും കണ്ണുകൾ തുറന്നുവയ്ക്കുക എന്ന അവസ്ഥയിലേക്കാണ് നമ്മൾ മാറേണ്ടതെന്ന ചിന്തയാണ് ഉറക്കം എന്ന കവിത പങ്കുവയ്ക്കുന്നത്.

പ്രണയം കോരിക്കുടിച്ച കവിതയാണ് 'എപ്പോഴെങ്കിലും' കടലോളം നിറയുന്ന പ്രണയത്തിന്റെ തിരമാലകൾ ഈ കവിതയിൽ കുതിച്ചുയരുന്നു. അങ്ങോട്ടുമിങ്ങോട്ടും പകർന്നാടിയ പ്രണയം എപ്പോഴും ഉരുകിത്തിളയ്ക്കുമെന്ന് കവി പറയുന്നു

എത്രയോവട്ടം
ഉരുകിത്തിളച്ചതാണ്
എന്റെ ഹൃദയം
നിനക്കു വേണ്ടി.

എത്രയോ തലമുറകളായി, തോരാതെ പെയ്യുന്ന മഴയിലും ശിശിരം കോച്ചുന്ന തണുപ്പിലും പ്രണയം തുടരുകയാണല്ലോ. ആ തുടർച്ചയാണ് പ്രണയത്തെ ഭാവസാന്ദ്രമാക്കുന്നത്. മനസ്സിൽനിന്നും മനസ്സിലേക്കൊഴുകുന്ന പ്രണയനദി മലയാള കവിതാലോകത്തെ ചുറ്റിപ്പിടിക്കുകയാണ്.

നന്മനിറഞ്ഞതും ഹൃദയസ്പർശിയുമായ കവിതകളാണ് ഇതിലുള്ളത്. കവിതയുടെ വായന അപൂർവ്വമായ ഒരനുഭവമാണെന്നതിന് സമാഹാരം ഒരു തെളിവാണ്. ജീവിതത്തെ അതേപടി തുറന്നുവയ്ക്കാതെ അവിസ്മരണീയമായ പ്രണയഭാവനകളിലൂടെ പുറത്തെത്തിക്കുകയാണ് കവി ചെയ്യുന്നത്. വെയിലിന്റെ ചൂടും പൊള്ളലുമല്ല പ്രണയമഴയുടെ നിറവും തണുപ്പുമാണ് ഈ കവിതകൾ മുന്നോട്ടുവയ്ക്കുന്നത്. ധ്വനിസാന്ദ്രമായ ഭാഷയും അവതരണവും ഇതിനായി ഉപയോഗിക്കുന്നു. തുടക്കം മുതൽ ഒടുക്കംവരെയുള്ള കവിതകളിലെല്ലാം ഇതുകാണാം. ശ്വാസംപോലെ നമ്മിൽ അന്തർല്ലീനമായ പ്രണയത്തെ ഉന്നതമായ ഭാവനാലോകത്തേക്ക് ഉയർത്തി അവതരിപ്പിക്കുന്നതിൽ സജീവ് കുമാർ വിജയിച്ചിരിക്കുന്നു. മലയാള കവിതയിൽനിന്നും ഇടയ്ക്ക് നഷ്ടമായ ഭാവനയുടെ പ്രണയലോകത്തെയാണ് സജീവ്കുമാർ തിരിച്ചുപിടിക്കുന്നത്. ജീവിതത്തെ ഫോട്ടോഗ്രാഫിക് പ്രതിച്ഛായപോലെ അവതരിപ്പിക്കുന്ന കവികളുടെ ഇടയിലാണ് പ്രണയത്തിന്റെ മഴവിൽനിറവുമായി സജീവ് നിലയുറപ്പിക്കുന്നത്. അതിൽ വിരിഞ്ഞ ഭാവനയും ഭംഗിയും കാവ്യ ലോകത്ത് നവീനമായൊരു അനുഭവമായി മാറുമെന്ന കാര്യത്തിൽ സംശയമില്ല. സജീവ്കുമാർ കവിതയുടെ ഹൃദയത്തിൽ ആർദ്രമായി സ്പർശിക്കുക

യാണ്. അപരസ്നേഹത്തോടുള്ള വെമ്പൽ കവിതകളിൽ പ്രകടമാണ്. അതുകൊണ്ടാണ് 'ചങ്ങല' എന്ന കവിതയിൽ 'നിന്റെ ഹൃദയത്തിൽ എപ്പോഴാണ് ഒരു സമുദ്രം എനിക്കായി പിറവികൊള്ളുന്നതെന്ന്' ചോദിക്കുന്നത്. ഈ കവിതകളെല്ലാം ആശയപരമായി ഒന്നിലേക്ക് ചുരുങ്ങുന്നുവെന്ന് തോന്നുന്നുവെങ്കിലും പ്രണയത്തിന്റെ വൈവിദ്ധ്യങ്ങളിലേക്കാണ് കവിത പാഞ്ഞുപോകുന്നത്. വിപുലവും വ്യത്യസ്തവുമായ ഒരു കാവ്യലോകം കവിതകളിൽ അന്തർല്ലീനമാണ്. അതുകൊണ്ടാണ് സൂക്ഷ്മതലത്തിലെ വായന കവിതകൾ ആവശ്യപ്പെടുന്നത്.

സ്വപ്നം

നീ
എപ്പോഴും
എനിക്കൊപ്പമുണ്ട്.
എങ്കിലും
ശബ്ദമില്ലാത്ത
ചിറകിളക്കമായി
ഏകാന്തത...

ഒരു താമരയിതളിന്റെ
മറവുപോലും
സഹിക്കാൻ കഴിയുന്നില്ലല്ലോ.
മനസ്സ്
കണ്ണിൽപ്പെടാത്ത
കാറ്റിൽ
ആടിയുലയുന്നു.
പൂക്കളുതിരും പോലെ...
ഇലകൊഴിയും പോലെ...

ഉറക്കമില്ലാത്ത രാത്രി
എത്ര
ഉന്മാദഭരിതമാണ്..!
അത്
നിന്നെ-

ക്കുറിച്ചുള്ള
ഓർമ്മകളുടെ
സുഗന്ധക്കൂട്...

ആഴങ്ങളിലേക്ക്
ഊളിയിട്ടുകടന്ന
മീൻപോലെ
കണ്ണുകൾ
അടച്ച്
തുറന്നപ്പോഴേക്കും
നീ
അപ്രത്യക്ഷയായല്ലോ..

പക്ഷികൾ

ആകാശത്തിന്റെ
പടിഞ്ഞാറേ
കൊടുമുടിയിലേക്ക്
പക്ഷികൾ
പറന്നുപോകുന്നു...

നമ്മുടേതു
മാത്രമായിരുന്ന
ഈ അസ്തമയം
എവിടേക്കാണവർ
കൊത്തിക്കൊണ്ടു
പോകുന്നത്?

നമ്മൾ
നടന്ന കടൽത്തീരം
തിരമാലകൾ
നിമിഷങ്ങളുടെ
മാന്ത്രികവിരലുകളാൽ
നിന്റെ
ഉടലിൽ
ഞാൻ
കൊത്തിയ ശില്പങ്ങൾ..
എല്ലാം

അവർ
കൊണ്ടുപോകുന്നു!
ഇനി
ഇവിടെ
അവശേഷിക്കുന്നതെന്താണ്?

എനിക്കും നിനക്കുമിടയിൽ
നൂറ്റാണ്ടുകളുടെ ദൈർഘ്യമുള്ള
ആ ശൂന്യത...

അതിനെ ഭേദിച്ചുകൊണ്ട്
വിദൂര
താരകൾക്കൊപ്പം
ഇനിയും
നിനക്ക്
നൃത്തം ചെയ്യാം.

കാവൽ

രാത്രി
കൈക്കുടന്നനിറയെ
നിലാവുമായി
നീ
എന്നടുത്തെത്തും.

അപ്പോൾ
മഴയേൽക്കാത്ത
മഞ്ഞേൽക്കാത്ത
വെയിലേൽക്കാത്ത
എന്റെ
ശയനീയം വിട്ട്
ഞാൻ
ഉയിർത്തെഴുന്നേല്ക്കും!

തിരികെപ്പോകുമ്പോൾ
എന്റെ
ശവകുടീരം
നീ
നന്നായി
കാത്തുകൊള്ളണേ
എന്റെ
കൊച്ചുപുൽച്ചാടീ...

സ്വർഗ്ഗം

പ്രണയമെന്ന
വാക്കുച്ചരിച്ചതിനാണ്
നമ്മൾ
സ്വർഗ്ഗത്തിൽനിന്ന്
പുറത്തായത്!

എന്നാൽ
ചിറകിളക്കുന്ന
പക്ഷിയായി
മഴ
വർഷിക്കാൻ വെമ്പുന്ന
മേഘമായി
ആയിരം
സർപ്പഫണങ്ങൾ
കെട്ടുപിണഞ്ഞ
ആകാശമായി
ഉള്ളിൽ
ഞെരിപിരി
കൊള്ളുന്ന
കൊടുങ്കാറ്റായി
നീ
എന്നെ
പൊതിയുമ്പോൾ
നമുക്ക് വേറെ
സ്വർഗ്ഗമെന്തിന്?

അലിഞ്ഞലിഞ്ഞ്...

നീ
അടുത്തുള്ളപ്പോൾ
എത്ര സുന്ദരമായിരിക്കുന്നു
ഈ ഭൂമി..!
പുൽത്തകിടികളും
പർവ്വതപ്രദേശങ്ങളും
പൂക്കളുതിരുന്ന
സന്ധ്യകളും
കുന്നും
മലയും
താഴ്വരയും
നമുക്ക്
സ്വർഗ്ഗവിതാനമൊരുക്കുന്നു!
നിന്റെ
അപൂർവ്വരാഗങ്ങളിൽ
ഇതാ,
കാറ്റ് ചിറകൊതുക്കി!
കടൽ
തിരമാലകളെ
തഴുകി!
നീയും
ഞാനും
ഈ പ്രപഞ്ചവും
അലിഞ്ഞലിഞ്ഞ്.....

മായാനഗരം

ഒന്ന്
തൊടാൻ
എത്ര കൊതിച്ചതാണ്!
ഉടൽപ്പളുങ്കുമണികളാൽ തീർത്ത
മായാനഗരം
അപ്രത്യക്ഷമാകുമോ
എന്ന് ഭയന്നിട്ടാണ്.
എങ്കിലും
മലയും കുന്നുമിറങ്ങി
പൂക്കളുടെ
താഴ്‌വര കടന്ന്
കിളിമൊഴികളും
അശരീരികളുമുള്ള
കാറ്റിന്റെ
സീൽക്കാരത്തിൽ
കൈവിരൽ
അറിയാതൊന്ന്
തൊട്ടുപോയി....
മായാനഗരം
അപ്രത്യക്ഷമായി...!

ഹേ, മായാനഗരമേ,
ഏതു സമുദ്രത്തിന്റെ

ഹൃദയത്തിലാണ്
നീ ഒളിച്ചിരിക്കുന്നത്?
ഏതു മേഘശിഖരത്തിലാണ്
മഴയായ്
നീ മറഞ്ഞിരിക്കുന്നത്?

ഹേ,
മായാനഗരമേ,
നീ വീണ്ടും പ്രത്യക്ഷമാകൂ,
വിരഹ നിമിഷങ്ങളുടെ
ഒടുങ്ങാത്ത
വേദനയിൽനിന്നും
ഒരിക്കൽക്കൂടി
എന്നെ വീണ്ടെടുക്കൂ...

എന്റെ
സിംഹാസനം
എനിക്കു സ്വന്തമാകട്ടെ.....

രാപ്പാടി

ഏകാന്തം
ഗഗനം ശൂന്യം.
സ്പന്ദിതമല്ലാവായു മണ്ഡലം
നിശ്ചേതനം.
തോർച്ചയില്ലാതെ
രാവിൽ
ഒറ്റയ്ക്കുപാടും നിന്റെ
സങ്കടഗാനത്തിന്റെ
ഹൃദയം സ്പന്ദിക്കുന്നു.
അതിനാൽ
പോകാതെയെൻ
പ്രിയരാപ്പാടീ,
നിന്റെ
ഗാനത്തിലെൻ ജീവിതം
ബന്ധിതമാകുന്നല്ലോ..!

ഒഴുക്ക്

എത്ര കാലമായി
ഈ പുഴ
ഒഴുകുന്നു.
നിനക്കുവേണ്ടിയാണ്
ഇതൊഴുകുന്നതെന്ന്
ഞാൻ പറഞ്ഞപ്പോൾ
എനിക്കു വേണ്ടിയാണെന്ന്
നീയും.
മണൽത്തരികൾ
തെറിപ്പിച്ച്
നാം
പുഴയ്ക്കൊപ്പമൊഴുകി.
പൊതിച്ചോറുകൾ
പങ്കുവച്ചു.

ഒഴുകിയകന്ന ഓർമ്മകൾ
ഇലകൾ
പൂവുകൾ
അസ്തമയങ്ങൾ...
ഈ പുഴയിലൂടെ
ഒഴുകി മായാത്തത്

ഒന്നുമാത്രം.
നിന്റെ
ഉടലിന്റെ
സൗരഭ്യം.........!

നിശാവസ്ത്രം

നിന്റെ
നിശാവസ്ത്രത്തിന്
നിലാവിനേക്കാൾ ഭംഗി!
ചുവപ്പും മഞ്ഞയും
പച്ചയും നീലയും
മറ്റു നിറങ്ങളും
ഇത്ര മികവോടെ
വിളക്കിച്ചേർത്തത്
ഏത് ചിത്രകാരനാണ്?

കൈയെത്തും ദൂരത്ത്
മാറിമറിയുന്ന
ദൃശ്യപ്രപഞ്ചം.
കണ്ണെത്തും ദൂരത്ത്
വർണ്ണങ്ങളുടെ
തിരയിളക്കം.
വെട്ടിത്തിളങ്ങുന്ന
നക്ഷത്രപ്പതക്കങ്ങൾ...!

ഓരോന്നും
നിന്റെ സൗന്ദര്യത്തിന്റെ
ഗുഹാക്ഷേത്രത്തിലേക്കുള്ള
രഹസ്യ
താക്കോൽപ്പഴുതുകൾ...

നിശ്ചല ജലോപരിതലത്തിൽ
ആണ്ടു കിടക്കുന്ന
സ്വർണ്ണത്തളിക
ഇളംകാറ്റിന്റെ
കുഞ്ഞോളങ്ങൾ
വെളിപ്പെടുത്തും പോലെ
നിന്റെ അംഗലാവണ്യം
എന്റെ കാമനകളെ
ഉന്മത്തമാക്കുന്നു..
വരൂ,
നേർത്തമഞ്ഞുപാളികൾ
വകഞ്ഞുമാറ്റുംപോലെ
ഞാനിത്
അനാവരണം ചെയ്യട്ടെ.
അവസാനിക്കാത്ത
രാത്രിയുടെ
ദൈർഘ്യം
നമ്മെ അനുഗ്രഹിക്കട്ടെ...!

സാമ്രാജ്യം

നിന്റെ മനസ്സും
ശരീരവും
എനിക്ക്
നഷ്ടപ്പെട്ട കിരീടമല്ലോ.
വാക്കുകൾ
അമ്പേറ്റുവീണ
കുതിരകളല്ലോ,
ചിത്രാലംകൃതമല്ലാത്ത
ഈ മുറി
കീഴടക്കപ്പെട്ട
സാമ്രാജ്യമല്ലോ.
എങ്കിലും
നീ
എന്നോടു കൂടെ
ഇരിക്കുന്നുവല്ലോ..!

ചോര

ഇഷ്ടമാണെന്ന്
ഓട്ടോഗ്രാഫിൽ
കുറിച്ചിട്ടപ്പോൾ
പൂത്തത്
മഴവില്ലുകളാണ്!
ഇളം കാറ്റിൽ
പാറി വീണത്
നിലാവിന്റെ തുണ്ടുകളാണ്,
ഒളിഞ്ഞു നോക്കിയത്
നക്ഷത്രങ്ങളുടെ
നീലക്കണ്ണുകളാണ്..!
ഒറ്റയ്ക്ക്
പുഴ നീന്തിക്കടന്നത്
കണ്ണെഴുതിയ സന്ധ്യകളാണ്..!

ഒടുവിൽ
വഴിയിലുപേക്ഷിച്ച
കുപ്പിവളത്തുണ്ടിനാൽ
ചീന്തപ്പെട്ടത്
ചോരയാണ്..!

.

ഓട്ടോഗ്രാഫ്

എന്റെ
ഓട്ടോഗ്രാഫിൽ
നീ
അന്നു കുറിച്ചിട്ട
വാക്കുകൾക്ക്
ഇപ്പോഴും
ജീവൻ തുടിക്കുന്നുണ്ട്.
ഓരോ വാക്കിലും
നിന്റെ ഹൃദയമിടിപ്പ്
എനിക്ക്
കേൾക്കാനാകുന്നുണ്ട്.
ഹൃദയരക്തംകൊണ്ട്
നൂറുവട്ടം
ഞാനത്
വിശുദ്ധമാക്കിയതാണ്....
എന്നിട്ടും
അതിന് പകരം തരാൻ
ഒരു
മയിൽപ്പീലിത്തുണ്ടുപോലും
ഇല്ലായിരുന്നു
എനിക്ക്...

കവാടം

നിന്റെ കവാടത്തിൽ
എത്രയോ തവണ
ഞാൻ മുട്ടിയതാണ്.
എന്നിട്ടുമത് തുറക്കാൻ
നിനക്ക് കഴിഞ്ഞില്ല.
നിന്റെ വാക്കുകൾ
എത്രയോ തവണ
ഞാൻ
ഹൃദയത്തോട് ചേർത്തതാണ്,
എന്നിട്ടുമത് കവിതയാക്കാൻ
എനിക്ക് കഴിഞ്ഞില്ല.

മഞ്ഞുപോലെ
തണുത്തുറഞ്ഞ
പ്രണയം
ഉടലിനെ അഗ്നിയാക്കി
എപ്പോഴാണ്
നീ എനിക്കു തരിക..?

ജലശയ്യ

എന്റെ
ഹൃദയത്തെ
നെടുകെ
പിളർന്ന്
മർമ്മരമുതിർക്കുന്ന
മൗനത്തിന്റെ
നനവാർന്ന
വാക്കുകൾ
നിനക്ക്
വായിക്കാം......

അലിഞ്ഞലിഞ്ഞ്
ഇല്ലാതെയാകുന്ന
വെളിപ്പെടാത്ത
സ്വപ്നങ്ങൾ...

ഞാനീ
ജാലകവാതിൽ
പാതിതുറന്ന്
വിദൂരതയിലേക്ക്
കണ്ണ് നട്ടിരിക്കുന്നു.....
ദിനരാത്രങ്ങൾ
കടന്നുപോകുന്നു.

വാതിൽ
അടയ്ക്കുന്നേയില്ല.

പ്രണയത്തിന്റെ
ഉടൽരഹിതസാന്നിദ്ധ്യം
ഈ രാത്രിയെ
പൂക്കൾകൊണ്ട് മൂടട്ടെ...
ഉടൽ
ജലശയ്യയാകട്ടെ...

മേഘത്താൽ മുറിവേറ്റവൻ

എത്രവട്ടം
നടന്നതാണെങ്കിലും
അത്രയേറെ
പരിചിതമെങ്കിലും
കൈതപൂത്തു
മണക്കുമിപ്പാതയിൽ
പേരുചൊല്ലി
വിളിക്കുന്നതാരിവൾ..!

ആരിവൾ
എന്നിടവഴിത്താരകൾ
സ്നേഹസാന്ദ്ര
നിമിഷങ്ങളാക്കുന്നു.
ആരിവൾ
എന്റെ മുറ്റത്തെ
പാതിരിച്ചില്ലമേൽ
കൂടൊരുക്കുന്നു
രാത്രിയിൽ...

ആരിവൾ
നീലമേഘശിഖരത്തി-
ലേറിയെന്നെ
വിളിച്ചു മറയുന്നു....

ആരിവൾ
എന്നെ മുറിപ്പെടുത്തുന്നു
നീലമേഘത്തിന്റെ
ചില്ലൊളിമൂർച്ചയിൽ.....!

അന്വേഷണം

എനിക്ക്
നിന്നോടുള്ള
പ്രണയം
കാടും
മലകളും ചുറ്റി,
താഴ്വരയിലേ-
ക്കോടിയിറങ്ങുന്ന
കാറ്റുപോലെ.
മുടികോതുന്ന
ചാറ്റൽ മഴയിൽ
നിന്റെ
ശബ്ദത്തിന്റെ മാധുര്യം.
കണ്ണുകളുടെ
നീലവെളിച്ചം...

എനിക്കു വേണ്ടത്
നിന്റെ
ആത്മാവിന്റെ
വർണ്ണച്ചിറകുകൾ..
ഹൃദയത്തിന്റെ
ഖനിയാഴങ്ങളിൽ
നഷ്ടപ്പെട്ടുപോയ
ഇലയനക്കം...

38 അലിഞ്ഞലിഞ്ഞ്

കെ സജീവ് കുമാർ

ഭൂമിയുടെ
അതിസൂക്ഷ്മകോശങ്ങളിലൂടെ
നമ്മൾ സംവേദനം ചെയ്യപ്പെടുന്നു...
എന്റെ
ഉടൽപ്രാണങ്ങളിൽ
മരവും
കാറ്റും
കിളികളും..
എന്റെ കാമനകളെ
അതിജീവിക്കാൻ
എനിക്കു കഴിയുന്നില്ല.
അത്
പരമ്പരകൾ ഏറ്റുവാങ്ങുന്നു..

എനിക്ക്
നിന്നോടുള്ള പ്രണയം
ജലം തേടിയുള്ള
വേരിന്റെ യാത്രപോലെ.

ഇനിയും

ഈ രാത്രി
നിദ്രയെക്കുറിച്ചുള്ള
അവസാന
പ്രതീക്ഷയും
കെടുത്തിക്കളയുന്നു.
നഷ്ടബോധം
എന്റെ
ഇന്ദ്രിയങ്ങളെ
വിവശമാക്കുന്നു..

നിന്റെ ഉടൽ
കടലിനേക്കാൾ
പ്രകമ്പിതം..!

മഞ്ഞും തണുപ്പുമേറ്റ്
സ്വപ്നങ്ങളാൽ
വേട്ടയാടപ്പെടുന്ന
ഈ
അപൂർവ്വ നിമിഷങ്ങൾ
ഇനിയും..
ഇനിയും..

അസ്ത്രം

ശൂന്യതയിലേക്ക്
ഞാനെയ്ത
അസ്ത്രം
നിന്റെ ഹൃദയത്തിലാണ്
തറച്ചതെന്നും
അത് നിറയെ
പൂക്കളായിരുന്നെന്നും
എനിക്ക്
മനസ്സിലായത്
അതേ അസ്ത്രം
തിരികെ
എന്റെ ഹൃദയത്തിൽ
പതിച്ചപ്പോഴാണ്...!

രൂപാന്തരം

ഞാൻ
സമാധിയിലായിരുന്നു.
ഇരുളും
വെട്ടവും
മാറി മാറി
എന്റെ വാതിൽ
മുട്ടിവിളിച്ചു.
കിളികൾ
കളകൂജനം ചെയ്തു.
കാറ്റ്
സുഗന്ധം വാരിവിതറി
മഴ
ഇടയ്ക്കിടെ
നീലച്ചിറകുവീശി.
എങ്കിലും
എവിടെയും നിശ്ശബ്ദത!

പക്ഷേ,
പെട്ടെന്നൊരുമാറ്റം..!

എവിടെനിന്നോ
പാറി വരുന്നൂ
യുഗങ്ങളിലൂടെ വീണ്ടെടുത്ത,

42 അലിഞ്ഞലിഞ്ഞ്

കെ സജീവ് കുമാർ

വേരിൽനിന്ന്
പൂവിന്റെ സുഗന്ധത്തോളമെത്തുന്ന,
നിന്റെ
അതീന്ദ്രിയ
ശബ്ദവീചികൾ!

നോക്കൂ,
നിമിഷങ്ങൾക്കുള്ളിൽ
ഞാൻ
വർണ്ണച്ചിറകുകളുള്ള
ഒരു
പൂമ്പാറ്റയായ് മാറി.,!

കൂവൽ

ഈ വഴിക്കുന്നി-
ലെന്തൊക്കെയുണ്ടെന്ന്
നീ
പറയുമ്പൊഴല്ലയോ
കാറ്റുകൾ
ദൂരെ
മാമരച്ചില്ലയിൽ
നിന്നുടൻ
കൂകി
നമ്മെ
വിളിച്ചുമറഞ്ഞത്...

നിഷ്കാസനം

നിന്റെ
പ്രണയം
ഓരോ നിമിഷവും
എന്നെ
പുതുക്കിപ്പണിയുന്നു.

വാക്കും
മനസ്സും
അലിഞ്ഞൊന്നാകുന്ന
ഈ
ഹൃദയവിശുദ്ധിയിൽ
ഞാൻ
നിഷ്കാസനം ചെയ്യപ്പെടുന്നു...

കുന്നിൻമുകളിലെ നിലാവ്

ഇരുൾ
വഴികളിലെവിടെയോ
കാറ്റിന്റെ സുഗന്ധം..!

കുന്നിൻമുകളിലെ
ഒറ്റമരച്ചില്ലയിൽ
നേർത്ത നിലാവിന്റെ
വിരൽത്തുമ്പുകളിൽ
നിന്റെ ശബ്ദം
എന്നോട്
ചിറകടിക്കുന്നതെന്ത്......?

ജീവൻ

മൗനത്തിൽ
ഉറഞ്ഞുപോകും മുൻപ്
വീണ്ടെടുക്കുവാൻ
കഴിയുമോ
നിനക്ക്
എന്റെ
ഒരു തരി ജീവൻ?

പെസഹ

പ്രണയവും
ലഹരിയും
ഇടകലർന്ന
ഈ പെസഹരാത്രിയിൽ
ആര്
ആരെയാണ്
ഒറ്റുകൊടുക്കുന്നത്?
ഞാൻ
നിന്നെയോ
നീ
എന്നെയോ..?

വീണ്ടെടുപ്പ്

ഏതു മേഘത്തുരുത്തിൽ
നീ
പോയ് മറഞ്ഞു
വിളിച്ചാലും
വീണ്ടെടുക്കാൻ
നിന്നെ
മിന്നൽ
ജ്വാലയായ് ഞാൻ
അവിടെയെത്തും..!

ഉറക്കം

നീ ഉറങ്ങുമ്പോഴും
ഞാൻ
ഉണർന്നിരിക്കുന്നു
നീ
ഉണർന്നിരിക്കുമ്പോഴും
ഞാൻ
ഉണർന്നിരിക്കുന്നു...

സ്വപ്നങ്ങളുടെ
താമരനൂലിൽ
ബന്ധിച്ച്
എന്റെ
രാത്രികളെ
നിദ്രാരഹിതമാക്കാൻ
നിനക്ക്
എങ്ങനെ കഴിയുന്നു........?

രഹസ്യം

എനിക്കു നിന്നോടൊപ്പം
സ്നേഹം പകുക്കണം
എനിക്കുവേണം
നിന്റെ ഉടൽ
ചിറക്
തൂവൽ
വർണ്ണപ്പട്ടുകംബളം നെയ്ത
രഹസ്യസങ്കേതങ്ങൾ..!

എനിക്കു നിന്നോടൊപ്പം
ഉയർന്നു പറക്കണം.
മേഘത്തിൻ കൂടാരത്തിൽ
ഒളിച്ചുകഴിയണം.
പിന്നെയും തെളിയണം

എനിക്കു നിന്നോടൊപ്പം
മഴയായ് ഭൂമിക്കുമേൽ
നൃത്തമാടണം
മിന്നൽപ്പിണരായ്
ആകാശത്തിൽ
അഗ്നിവാൾ ചുഴറ്റണം.

എനിക്കു നിന്നോടൊപ്പം

വർണ്ണചിത്രമാകണം
നിറങ്ങൾ, രൂപങ്ങളും
നീ തന്നെ കൊടുക്കണം.

എനിക്കു നിന്നോടൊപ്പം
മഞ്ഞുതുള്ളിയാകണം
ഒരുമിച്ചിരിക്കുന്ന
രൂപങ്ങൾ മെനയണം
ഉള്ളിലെച്ചൂടേറ്റു നാം
ഉരുകിമറയണം..!

മോചനം

ഇനിയുമെനിക്കു വയ്യ
ഈ തടവറ ഭേദിക്കാൻ.
ഇരുട്ടിന്റെ സീൽക്കാരത്തിൽ
ഒന്നും വ്യക്തമാകുന്നില്ല.
നാഡികളിൽ
തളർച്ച ബാധിക്കുന്നു...

എനിക്കും നിനക്കുമിടയിൽ
കാഴ്ചയുടെ മതിലുകൾ
എന്നേ ഉയർത്തപ്പെട്ടു.
എങ്കിലും
നിശ്ശബ്ദതയുടെ
വെറും നിലത്തിരുന്നുകൊണ്ട്
അരൂപികളുടെ
സംഗീതം ഞാൻ
കേൾക്കുന്നു.
മഴയും മഞ്ഞും
ഇടിമിന്നലും
ഒരുമിച്ച
ഈ ലോകത്തെ
എന്നിലേക്ക്
വിവർത്തനം ചെയ്യുന്നു..

ഇനിയുമെനിക്ക്
കാത്തിരിക്കാൻ വയ്യ.
ഈ തടവറ ഭേദിച്ച്
നിന്നിൽ
വിലയം പ്രാപിക്കണം.

പറുദീസാ നഷ്ടം

ആർക്കാണ്
പറുദീസ
നഷ്ടമായത്?
എന്നെ
നഷ്ടപ്പെട്ട
നിനക്കോ?
നിന്നെ
നഷ്ടപ്പെട്ട
എനിക്കോ?

സഞ്ചാരി

വഴിതെറ്റിയലയുന്ന
സഞ്ചാരിയാണു ഞാൻ.
യാത്ര തുടങ്ങിയിട്ട്
കാലങ്ങൾ
എത്ര കൊഴിഞ്ഞുപോയി..!

എവിടെയും
അപരിചിതമുഖങ്ങൾ
ശബ്ദങ്ങൾ
ഭാഷകൾ
അപരിചിതരുടെ
ഘോഷയാത്ര
കടന്നുപോകുന്നു....
ഒന്നും ചോദിക്കാൻ കഴിയുന്നില്ല.
പറയാനും.
വിജനതയുടെ
ഭയാനക ശബ്ദങ്ങൾ..!

പ്രിയപ്പെട്ടവളേ,
ഞാൻ നിന്റെ നഗരത്തിൽ
എത്തപ്പെട്ടിരിക്കുന്നു.
നീ എനിക്കു നല്കിയ
അടയാള വാക്യങ്ങൾ

ഒന്നൊന്നായി
തെളിഞ്ഞുവരുന്നു.

വലിയാകാശ-
പ്പരപ്പിനുകീഴിൽ
ചെറിയ
ചേമ്പിലക്കുടപിടിക്കുന്ന
ഈ നനഞ്ഞഭൂമിയിൽ
അരുവികളും
പച്ചപ്പുകളും
പൂമരങ്ങളുമുള്ള
താഴ്വരയായി
ഇനിയെങ്കിലും
നീ
പ്രത്യക്ഷപ്പെടണേ..!

നഗ്നത

എന്റെ
നഗ്നമായ ആത്മാവ്
നിനക്കുതരാം
അതിൽ നിറയെ
കുപ്പിച്ചില്ലുകളും
നഗരമാലിന്യങ്ങളും
കപട ഭാഷണങ്ങളും
വിഷക്കോപ്പകളും
നിറയ്ക്കുക.
ഒക്കെയും
കത്തിയാളുമ്പോൾ
നമുക്കൊരുമിച്ച്
ചിരിക്കാം.
ചിരിച്ച്
ചിരിച്ച്
മരിക്കാം..!

നൂലുപൊട്ടിയ രാത്രി

ഈ രാത്രി നമ്മുടേതാണ്,
ആദ്യ മഴയ്ക്കൊപ്പം
അവസാനമഴയും
പെയ്തുതോർന്നു,
മികച്ച വിളവിന്റെ
കർഷകസ്വപ്നം
മഞ്ഞുകാല മാമ്പൂക്കൾക്കൊപ്പം
കൊഴിഞ്ഞുപോയി,
മണ്ണിരകൾ
കാഷ്ഠിച്ച മണ്ണ്
കാൽച്ചുവട്ടിലൊലിച്ചു പോയി

ഇലകൊഴിഞ്ഞ് വേടുന്തിയ
വടവൃക്ഷച്ചില്ലയിൽ കാറ്റുറങ്ങി
മാലാഖമാർ ചിറകറ്റുവീണു.
എങ്കിലും
ഈ രാത്രി നമ്മുടേതാണ്..!

ചരൽക്കല്ലുകൾ
പെറുക്കിയുണ്ടാക്കിയ
കളിവീടും
ഇലക്കുമ്പിളിലെ ബാല്യവും
ചിരട്ടക്കുടുക്കയിൽ

വാടാതെ സൂക്ഷിച്ച
ഇലഞ്ഞിമാലയും നമുക്കുണ്ട്.
വറ്റിയ പുഴയുടെ
ഗൃഹാതുരമനോരാജ്യമുണ്ട്
താമരനൂലിൽക്കോർത്ത
ദുഃഖത്തിന്റെ
പവിഴമണികളുണ്ട്.
ഭ്രാന്തമനസ്സിൻ
നൂലുപൊട്ടിയ പട്ടമുണ്ട്.
സൗമ്യവാക്കുകളുടെ
ഉച്ചമയക്കങ്ങളുണ്ട്.
മീറയും കുന്തിരിക്കവും പുകച്ച
സുഗന്ധ രഥത്തിൽ
ഹരിതമോഹന
ശയ്യാതലത്തിൽ
ഈ രാത്രി നമ്മുടേതാണ്..!

നീതിയുടെ അങ്കിയും
തലപ്പാവും നഷ്ടപ്പെട്ടവർ
അജ്ഞതയുടെ വ്യാമോഹങ്ങൾക്ക്
വശംവദരാകാത്തവർ
വിരോധമായി ഒരു വാക്കും
പിറുപിറുക്കാതെ
പ്രകൃതിചക്രത്തെ
ചുട്ടുപഴുപ്പിക്കുന്ന നാവിനെ
നരകാഗ്നിയിലെറിഞ്ഞവർ.
എല്ലാം മറക്കുക
ഈ രാത്രി നമ്മുടേതാണ്..!

ഋതുഭേദങ്ങളുടെ
ന്യായാസനങ്ങളിൽ
ഉടൽ
ചുക്കിച്ചുളിഞ്ഞ
ഭൂമിതന്നുദരത്തിൽ
കടയറ്റെന്നോവീണ്
കൽക്കരിഖനിയായ് തീർന്ന
പ്രണയജൈവരൂപികൾ.
ഖരദ്രവ വാതകരൂപങ്ങൾ
കിനാവുകൾ.

ഇന്ധനങ്ങൾ കത്തുന്ന
വാക്കിൻ മണൽപ്പുറം
വായുവിൽ
രക്താർബ്ബുദ ജീവശ്വാസം
ചാന്ദ്രരശ്മികൾപോലെ
കൺമിഴിച്ചെത്തും മൃതി..!

ഓർക്കുക
ഈ രാത്രി നമ്മുടേതാണ്...!

ചങ്ങല

നിന്റെ
ഹൃദയത്തിൽ
എപ്പോഴാണ്
ഒരു സമുദ്രം
എനിക്കായ്
പിറവികൊള്ളുന്നത്?

പുലരിയിലും
സന്ധ്യയിലും
ഓരോ കിളിപ്പാട്ടിലും
ഉമ്മവച്ചുണരുന്ന
ജീവന്റെ
സ്പന്ദനങ്ങളിലും
ഉണർന്നിരിക്കുന്ന
ആ സമുദ്രം
എപ്പോഴാണ്
ചങ്ങലകൾ
പൊട്ടിച്ചെറിഞ്ഞ്
എന്റെ ഹൃദയത്തെ
തിരമാലകളിലൊതുക്കുന്നത്?

അഗ്നിപുഷ്പം

ഇലകൾ
കൊഴിഞ്ഞിരുന്നുവെങ്കിലും
ചില്ലകൾ
ഉണങ്ങിയിരുന്നില്ല.
ഋതുക്കളുടെ
പാദസരക്കിലുക്കങ്ങൾ
നിശ്ശബ്ദം
കാതോർത്തിരുന്നു.
കാറ്റുപിടിക്കാത്ത
ചില്ലകൾക്ക്
എന്താഹ്ലാദം?
തണലിടങ്ങൾ
നഷ്ടപ്പെട്ട
ഞരമ്പുകളിൽ
കിളികൾ
പാടുന്നതെങ്ങനെ?

എങ്കിലും
കണ്ണുകളിൽ
ചുണ്ടുകളിൽ
ഉയിരിടങ്ങളിലൊക്കെയും
ഒരു കനൽ
അറിയാതെ കിടന്നു.

നിന്റെ കൈവിരൽ
അറിയാതൊന്നു
തൊട്ടപ്പോൾ
എത്ര പെട്ടെന്ന്
അത്
അഗ്നിപുഷ്പങ്ങളായ് മാറി..!

അടുപ്പം

നാമൊരുമിച്ച്
ഉണർന്നിരിക്കുമ്പോൾ
ഈ രാത്രി
എത്ര ഹ്രസ്വം...

നാം
പരസ്പരം
അകന്നിരിക്കുമ്പോഴോ
ഈ രാത്രിക്കെന്ത്
ദൈർഘ്യം..

ദ്വാരപാലകൻ

ഹേ,
ദ്വാരപാലകാ,
വഴിമാറൂ...
എന്നെ
തടയാതിരിക്കൂ..
ഞാൻ
മരണത്തെ
ഭയപ്പെടുന്നില്ല.

നിനക്കറിയുമോ?
പ്രണയം
ഒരു പക്ഷി.
അത് നിർത്താതെ
പാടുന്നുണ്ട്.
അസ്ഥിയിൽ
മജ്ജയിൽ
മാംസത്തിൽ
ഉടലിൻ
വസന്ത തടങ്ങളിലൊന്നാകെയും..

അതിന്റെ
പേലവനിസ്വനത്തിൽ
നിന്റെ ആയുധങ്ങളും

ബലിഷ്ഠപേശികളും
മഞ്ഞുകണങ്ങൾപോലെ
ഉരുകിയൊലിക്കും..

ഹേ,
ദ്വാരപാലകാ,
ആയുധങ്ങൾ
ദൂരെക്കളയൂ,
ഈ ഗാനം
ഏറ്റു പാടൂ..
എന്റെ
ഏകാന്തപഞ്ജരത്തിൽ
അലതല്ലുന്ന
അതിന്റെ
ചിറകടിയിൽനിന്ന്
എനിക്ക്
രക്ഷപ്പെടാനാകാത്തപോലെ
നിനക്കും...

ഉന്മാദം

എന്റെ
എല്ലാ വഴികളും
അവസാനിക്കുന്നത്
നിന്നിലൂടെ.
എല്ലാ നോട്ടങ്ങളും
സുന്ദരമാകുന്നത്
നിന്റെ കണ്ണിലൂടെ.
എല്ലാ ചിന്തകളും
വിളക്കിയൊരുക്കുന്നത്
നിന്റെ മനസ്സിലൂടെ....
എന്റെ
എല്ലാ ഉന്മാദങ്ങളിലും
ഉരുണ്ടുപിരണ്ട്
അഴിഞ്ഞുതിരുന്നത്
നീ മാത്രം!

എന്നിട്ടുമെന്റെ
കിളിപ്പെണ്ണേ,
എനിക്ക്
നിന്നോടുള്ള
പ്രണയത്തിന്റെ
നദീ വേഗമളക്കാൻ
നിനക്ക്
കഴിയുന്നില്ലല്ലോ..!

ബന്ധനം

നീ
എന്റെ വിധിയും
വിശ്വാസവുമെന്നു
പറയുമ്പോൾ
എത്ര നൂറ്റാണ്ടുകളാണ്
നമ്മുടെ കൈവെള്ളയിൽ
പ്രണയമായ്
തെളിഞ്ഞു വരുന്നത്!

നീ
എന്റെ വീടും
വിധിയുമാണല്ലോ
എന്ന്
വിലപിക്കുമ്പോൾ
എത്ര പ്രണയികളാണ്
നമ്മുടെ മുന്നിലേക്ക്
നടന്നുവരുന്നത്..!
വിധിക്കും വീടിനുമിടയിൽ
നീണ്ടു പോകുന്ന
നടപ്പാത...

നിന്റെ
അതിലോല

സ്പർശത്തിൽ
സന്ധ്യകൾ ചുവക്കുന്നു
ചുവന്ന് തുടുത്ത്
വീടിനെ ബന്ധിക്കുന്നു.
വീട്
ഒരു സൂക്ഷ്മകോശമാകുന്നു...

അങ്ങനെ
എനിക്കും
നിനക്കുമിടയിൽ
വീട്
ചിരബന്ധിത
സത്യമാകുന്നു..!

പൂവുകൾ

ഒരു കൂടനിറയെ
പൂവുകൾ!
അതിൽ ഒരു വസന്തവും
ഗ്രീഷ്മവും
ശൈത്യവും
മഴയും
മഞ്ഞുമുണ്ട്.
മണ്ണിന്റെ
എരിച്ചിലും
വേരുകളുടെ
ഗദ്ഗദവുമുണ്ട്..!

എന്തിട്ടുമെന്തേ
പതിവുതെറ്റാതെ
അത്
കുഞ്ഞുങ്ങളെ നോക്കി
ചിരിപൊഴിക്കുന്നു..!

ദൂരം

നൂറ്റാണ്ടുകളായി
ഞാൻ നടക്കുകയാണ്.
ആരാണ്
എന്റെ
ശിരസ്സിൽ
ഇത്ര വലിയ ഭാരം
ചുമടേറ്റിയത്..!

നടന്നുതീർത്ത
വഴികൾ
കിതപ്പാറ്റിയ
മരച്ചുവടുകൾ
വിണ്ടുകീറിയ
കാലടികൾ....
ദൂരങ്ങൾ പിന്നെയും.!

വേദനയും
കണ്ണീരും
തോല്വിയും
ഇടകലർന്ന
ഈ ഹരിതഹേമന്ത
തുരുത്തിൽ
എപ്പോഴാണ്

72

അലിഞ്ഞലിഞ്ഞ്

കെ സജീവ് കുമാർ

ഉടഞ്ഞുതകരുന്ന
ഓരോട്ടു പാത്രം പോലെ
നീ
എന്നെ
നിശ്ശബ്ദനാക്കുന്നത്..?

ഒളിച്ചുകളി

കടലിന്റെ
നടുക്ക്
അദ്രിശിഖരത്തിൽ
ഞാനൊറ്റയ്ക്ക്.
ഇരുട്ട്.
ഒരു കപ്പൽച്ചാലുപോലുമില്ല.
ദിക്കറിയാൻ
ഒരു നക്ഷത്രവിളക്കുമില്ല.
വാക്കുകൾ
മുങ്ങിമരിച്ചുകഴിഞ്ഞു.
ഏകാന്തത.
എന്നെ
ഇവിടേക്ക്
വലിച്ചെറിഞ്ഞിട്ട്
നീ എവിടെയാണ്
മറഞ്ഞിരിക്കുന്നത്?

പിറവി

എത്ര കാലമായി
നാം
കാത്തുകിടക്കുന്നു.
ഉടൽ പ്രാണങ്ങൾ
ആഹരിച്ച്
എത്ര പുൽച്ചെടികൾ!
വേരുകൾ
പരതി നടക്കുന്നതും
മണ്ണിൽ
ഉറവക്കണ്ണ്
തുറക്കുന്നതും
നാമറിയുന്നു.

ഇനിയുമൊരു
ജന്മമെടുക്കാൻ
എത്രനാൾ....?

അസ്തമയം

ഈ പുഴയോരത്തെ
മരച്ചില്ലകളിൽ
ഇനിയും
ഉണങ്ങാതെ നില്ക്കുന്നു
നമ്മൾ രണ്ടുപേർ..!

ഇതുവഴി
എത്ര സഞ്ചാരികൾ
കടന്നുപോയി!
ജയഭേരി മുഴക്കിക്കൊണ്ട്
എത്ര ഋതുക്കൾ..
കിളികളും
ചിത്രശലഭങ്ങളും
ഒന്നിച്ചെതിരേറ്റ
പൂക്കാലങ്ങൾ
കളകൂജനം.....
നമ്മൾ സ്നേഹിച്ചവരും
നമ്മെ സ്നേഹിച്ചവരും..

ഓരോ മഴക്കാലവും
നമുക്ക് സമ്മാനിച്ചത്
പ്രണയത്തിന്റെ
ഈറൻ കനവുകൾ....

ഇന്ന്
ഉടൽ ശൽക്കങ്ങൾ തീർത്ത
തടവറയിൽ
അസ്തമയത്തിന്റെ
ചുവപ്പുരാശിയിൽ
നമ്മൾ
പ്രണയത്തിന്റെ
ചിതയൊരുക്കാൻ
കാത്തുനില്ക്കുന്നു..!

മടക്കം

ഇനി
നീ
മടങ്ങിപ്പോവുക.
ഇവിടെ
ശാന്തനായ്
ശയിച്ചുകൊള്ളട്ടെ ഞാൻ...

ഉടഞ്ഞ മനസ്സും
തകർന്ന ഹൃത്തുമായ്
തിരികെപ്പോവുക.
സമയം
തീർന്നിരിക്കുന്നു..

പുൽച്ചെടികൾ
കൊടുങ്കാറ്റിനെ
അതിജീവിക്കുംപോലെ
ജലസമൃദ്ധമായ
പച്ചപ്പിലേക്ക്
ഞാൻ മടങ്ങിവരും...

മഴയും വെയിലും കാറ്റും
പുലർകാലമഞ്ഞും
ഇടകലർന്ന

വെറും മണ്ണിൽ
പുതുമുളപൊട്ടും
ചില്ലകൾ
സൂര്യന്
അഭിമുഖമായി വളരും
തളിരും പൂക്കളും നിറയും
കാറ്റും കിളികളും അന്തിയുറങ്ങും.
ഓരോ കുയിൽപ്പാട്ടും
ഓരോ വാക്കിന്റെ
ഓർമ്മപ്പെടുത്തൽ..!

അപ്പോഴും
നിന്റെ ശബ്ദം
എന്റെ പഞ്ജരത്തിൽ
അലതല്ലും....

കടൽപ്പക്ഷികൾ

1

നോക്കൂ
ഈ സമുദ്രം
എത്ര പ്രക്ഷുബ്ധം!

നമ്മൾ രണ്ടു കടൽപ്പക്ഷികൾ
പറന്നുപറന്ന് ചിറക് കുഴയുന്നു...

തിരമാലകൾ
ഇളകി മറിയുന്നു
തീരങ്ങൾ കടലെടുക്കുന്നു.
തിരയടങ്ങുംവരെ
നമുക്ക് കാത്തുനില്ക്കാം...

നോക്കിനോക്കി നില്ക്കെ
നമ്മുടെ കണ്ണുകൾ
ചക്രവാളത്തോളമെത്തുന്നു.
അനന്തതയോളം വളരുന്നു...
ഈ രാത്രി അവസാനിക്കാൻ
ഇനിയും സമയമുണ്ട്.
നാളത്തെ പ്രഭാതത്തിൽ
നമുക്ക്
രണ്ടു പൂക്കളായി ജനിക്കാം...

2

എവിടെനിന്നോ
ഒരു സംഗീതം
നമ്മെ മാടിവിളിക്കുന്നു!
അഭൗമസുന്ദരമായ
അതിന്റെ അലയൊലികൾ
എന്തെല്ലാം രഹസ്യങ്ങളാണ്
ചുരുളഴിക്കുന്നത്...

മഞ്ഞുമൂടിയ ഈ പ്രഭാതം
നിനക്കോർമ്മയില്ലേ?
നമുക്കിരുവർക്കും
പരിചിതമായ ശബ്ദത്തിൽ
വീണ്ടും പാടുന്നു
ആ കടൽപ്പക്ഷി!
ഇതേതു കാലമാണ്?
ഇതേതു തീരമാണ്?

3

ചുവന്നു തുടുത്ത
മേഘത്തുണ്ടുകൾ വാരിച്ചുറ്റി
അസ്തമയത്തിനൊപ്പം
നീ മറഞ്ഞപ്പോൾ
മഴവില്ലായി
മടങ്ങിവരുമെന്ന്
ഞാൻ കരുതി...

കാത്തിരുന്ന് കാത്തിരുന്ന്
കണ്ണു കഴച്ചു.
ഒരു കുഞ്ഞ്നിലാവിനൊപ്പം
ചക്രവാളത്തിനപ്പുറത്തേയ്ക്ക്
ഞാനും പോയി.

വീണ്ടും നമ്മൾ
മഴയായി ഭൂമിയിലെത്തുമ്പോൾ
ആരെങ്കിലും നമ്മെ തിരിച്ചറിയുമോ?

9 789389 410488

Printed by Libri Plureos GmbH in Hamburg,
Germany